ઈસ્લામી કળાનો દર્શન-પ્રવાસ

Journey through Islamic Art

Na'ima bint Robert & Diana Mayo

mantra

સમારકંદ અને બગદાદ શહેરોની વાતો મેં સાંભળી હતી,
ભારતના મુગલો અને સ્પેઇનના સીદીઓ વિશે મેં સાંભળ્યું હતું.

I heard tales about the cities of Samarkand and Baghdad,
About the Moghuls in India and the Moors in Spain.

ઇતિહાસના રેશમી દોરા મારા હાથમાં લઈ અને,
મનોમન મેં એક ઊડતો ધાબળો વણી કાઢ્યો:
એવો ધાબળો કે જે મને ઇસ્લામી દુનિયાની કળાનું
દર્શન કરાવવા એક અદ્ભૂત મુસાફરી પર લઈ ગયો.

I gathered silken threads of history in my hands and,
With them, my mind wove a flying cloak:
A cloak that took me on an amazing voyage
Through the art of the Islamic world.

મારો ધાબળો મને જૂની બગદાદ નગરીમાં લઈ ગયો,
મસ્જિદો અને જાહેર નાવણિયાં,
ઘોડ-દોડનાં મેદાનો, અને ધુમ્મટવાળાં મકાનોનું મથક.

My cloak took me to the old city of Baghdad,
Home to mosques, public baths,
racetracks, and pavilions.

ભોંયથી છત સુધી ચિત્રોથી શણગારેલી દીવાલોવાળા,
રણમાં ચણેલા તોતીંગ કિલ્લાઓનું મથક.
સામર્રા નામની દુનિયાની સૌથી મોટી મસ્જિદનું મથક.
મેં કલ્પના કરી કે નમાજ પઢવાની બાંગ મને વાદળો
વચ્ચે સંભળાઈ.

Home to fortified desert castles,
Adorned with wall-paintings from floor to ceiling.
The largest mosque in the world called Samarra its home,
I imagined that the call to prayer reached me in the clouds.

મારો ધાબળો મને મુસલમાની સ્પેઈનમાં લઈ ગયો,
જ્યાં પૂર્વ અને પશ્ચિમનું મિલન થયું છે.
માનવના જ્ઞાનની મર્યાદા ક્ષાં સુધી વિકસી છે તે તપાસતા
વિજ્ઞાનીઓ, શોધકો અને દરબારના ખગોળશાસ્ત્રીઓ મેં ત્યાં જોયા.

My cloak took me to Muslim Spain,
Where the East met the West.
I passed scientists, inventors and court astronomers,
Testing the limits of human knowledge.

ફુવારા અને સુગંધમય બગીચાઓ વચ્ચે થઈ,
હું ત્યાંના શોભાયમાન ચોગાનોમાં ઘૂમી.

There, I wandered through ornamental courtyards,
Past fountains and scented gardens.

ઇસ્લામ અને સ્પેઇનની કળાત્મક
સંસ્કૃતિના સુમેળથી
રચેલો અલ-હમ્બ્રા મહેલ અને
કોર્ડોબાની મહાન મસ્જિદ.
ઘુમ્મટો, રંગબેરંગી પથ્થરનું જડાવકામ
અને તોરણ-સ્તંભો
મારી ઉત્સુક આંખોને સત્કારી રહ્યાં.

The artistic heritage
of Islam and Spain
Fused to create the
Al Hambra palace
and the great mosque
of Cordoba.
Domes, mosaics and
archways greeted my
eager eyes.

મારો ધાબળો મને સેલ્જીક
તુર્કસ્તાનમાં લઈ ગયો,
જ્યાં બારીક કોતરણીનું લક્કડકામ
દરવાજ અને મંચોને શોભાવી રહ્યું હતું.
લાદીઓની ફરસબંદીમાં નાની એવી
ભૂલ પણ શોધવી મુશ્કેલ હતી.
અને રંગબેરંગી દોરાથી વણેલા ગાલીચા
મસ્જિદમાં પાથરેલા હતા.
મેં કલ્પના દ્વારા તેમની વણાટની મુલાયમતા મારી આંગળીઓથી માણી.

My cloak took me to Seljuk Turkey,
Where ornate woodcarvings graced doors and pulpits.
The art of setting tiles reached near perfection
And bright woven carpets covered the mosques' floors.
I fancied I felt their textures beneath my fingers.

મારો ધાબળો મને 'લંગડા'
તિમુરના સમારકંદમાં લઈ ગયો,
જ્યાં દુનિયાભરના કારીગરો ભેગા થયા હતા.

My cloak took me to the Samarkand
of Timur 'the Lame'
Where artisans from around the world
were gathered.

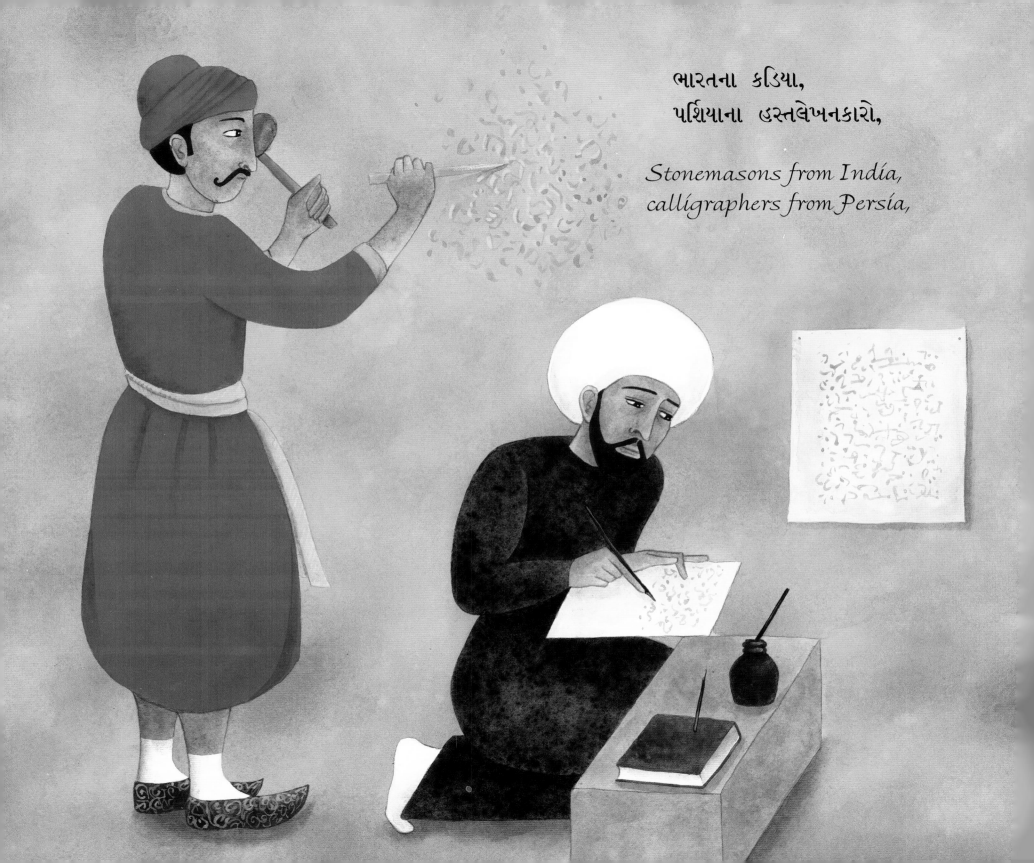

ભારતના કડિયા,
પર્શિયાના હસ્તલેખનકારો,

Stonemasons from India,
calligraphers from Persia,

તુર્કસ્તાનના ચાંદીકામના કારીગરો,
ડમાસ્કસના રેશમકામના વણકરો.

*Silversmiths from Turkey and
silk-weavers from Damascus.*

પોતાના શહેરની શોભા વધારવા પકડીને લાવેલા આ કારીગરો હતા,
જ્યારે તેનો મહેલ તો હતો એક તંબુ - એકદમ વણજારાનો રહેવાસ.

All brought back as captives, to beautify his city,
While his palace was a tent – a nomad to the end.

મારો ધાબળો મને આગ્રાની ગલીઓમાં લઈ ગયો,
જ્યાં ચોરેચૌટે તાજમહેલની વાતો જ સંભળાતી હતી.

My cloak took me to the streets of Agra,
Where rumours of the Taj Mahal filled buzzing bazaars.

મૃત્યુ સમયે આપેલા વચનરૂપે જન્મેલી આ ઇમારત,
તેનું સફેદ આરસપહાણનું ઓઢેલું વસ્ત્ર
અજવાળામાં ચમકી રહ્યું હતું.

A building born from a deathbed promise,
Its garment of white marble
Shimmered in the light.

المشرق

કુરાનના સુવચનોનું સુંદર હસ્તલેખન,
ફૂલ-વેલ-પાંદડાંનું શૈલકામ અને ભૌમિતિક આકૃતિઓનું
સૌમ્ય સંગઠન
અને કવિઓએ નવાજેલું તેનું નામ 'પરોઢનો ઉજ્જ્વળ ચહેરો'.
એની સુંદરતા મરેલાને લપેટી ન રહીને જીવંતને સુશોભિત
કરતી હોત તો!

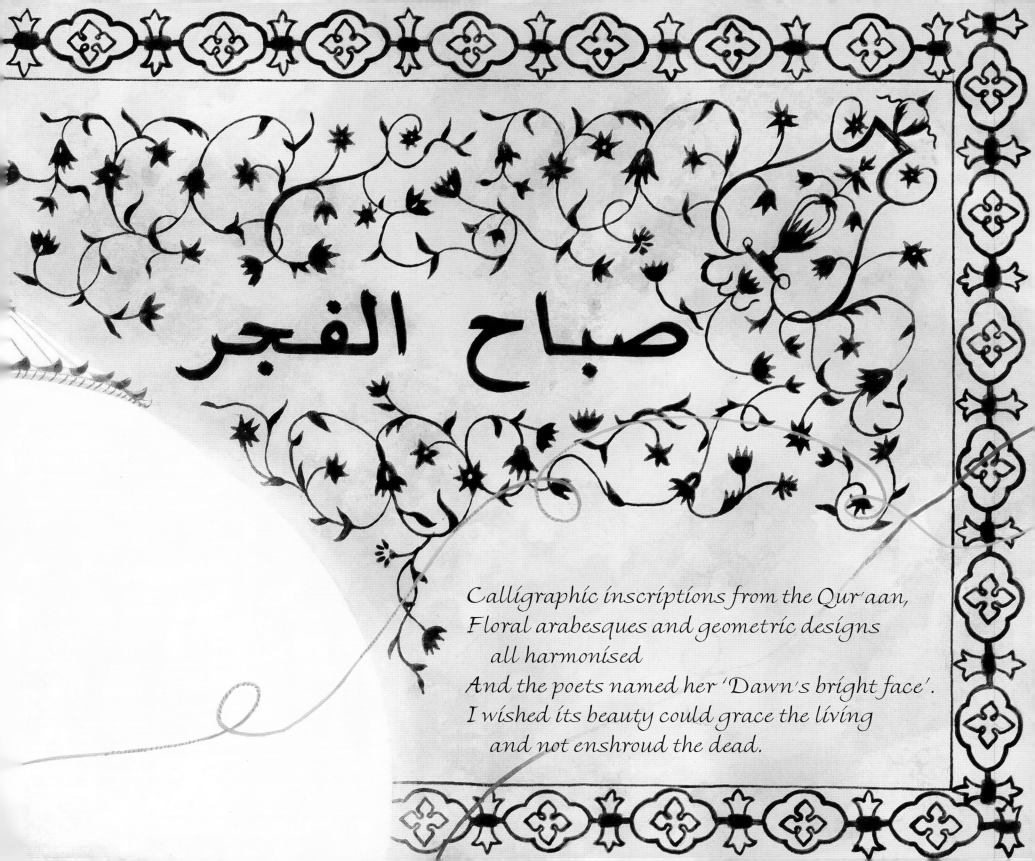

صباح الفجر

Calligraphic inscriptions from the Qur'aan,
Floral arabesques and geometric designs
  all harmonised
And the poets named her 'Dawn's bright face'.
I wished its beauty could grace the living
  and not enshroud the dead.

આ મુસાફરી એક સ્વપનું હતું - એક બાળકની કલ્પનાસૃષ્ટિ,
જો કે તેના બધાં જ મથકો અસલ છે.
હું ઈચ્છું છું કે આ વાર્તાથી તમારો ધાબળો પણ વણાશે
અને તમે પણ ત્યાં જશો.

This voyage was a dream - a child's fantasy,
Though all its destinations are true.
I hope that your cloak will be spun by this tale
And that you will go there too.

Here are some explanations to help you enjoy the story:

Samarra
In the 9th century, after the foundation of Baghdad, the Caliph (ruler) moved his capital to the splendid city of Samarra. The Great Mosque was once the largest mosque in the Islamic world and rises to a height of 52 meters.

Islamic Spain was established in the 8th century by Muslims from North Africa who were known as Moors. For over three hundred years, Muslims, Christians and Jews lived together in a Golden Age when learning, art and culture flourished.

Seljuk Turkey was one of the eras in Islamic history. The Seljuks were Muslim rulers who took control of Persia and Turkey. Seljuk Turkey became the centre of excellence in weaving, ceramic painting and wood carving.

Born in the 14th century, **Timur 'the Lame'**, also known as Tamerlane, was a fierce and determined Mongol warrior who loved art. Whenever his armies invaded foreign cities, he would take care to protect the artisans and take them back to beautify his city, Samarkand.

The **Taj Mahal** was a monument built by the Mughal Emperor Shah Jahan in 1631 as a tribute to his loving wife Mumtaz Mahal. Legend says that she made him promise to build her a mausoleum more beautiful than any the world had ever seen.

Arabesque is an art form originally from Asia Minor. It was later adapted by Muslim artisans into a highly formalised form of intertwined flowers and plants.

The Qur'aan, the Muslim holy book, was revealed to the Prophet Muhammad (pbuh) by the Angel Gabriel. Its verses are often inscribed in beautiful patterns by calligraphers.

First published in 2005 by Mantra Lingua
Global House, 303 Ballards Lane, London N12 8NP
www.mantralingua.com

Text copyright © 2005 Na'ima bint Robert   Illustrations copyright © 2005 Diana Mayo
Gujarati translation by Bhadra Patel
Dual language copyright © 2005 Mantra Lingua
All rights reserved

A CIP record for this book is available from the British Library.